WOLFCLOUD
BOOKS

WEB ADDRESS PASSWORD BOOK
DESIGNED BY WOLFCLOUD BOOKS

Printed and bound in the U.S.A

ISBN 978-0615570488

WEB ADDRESS PASSWORD BOOK

WEBSITE________________________________
USER NAME ______________________________
PASSWORD _______________________________
EMAIL ADDRESS __________________________
NOTES __________________________________

WEBSITE________________________________
USER NAME ______________________________
PASSWORD _______________________________
EMAIL ADDRESS __________________________
NOTES __________________________________

WEBSITE________________________________
USER NAME ______________________________
PASSWORD _______________________________
EMAIL ADDRESS __________________________
NOTES __________________________________

WEBSITE________________________________
USER NAME ______________________________
PASSWORD _______________________________
EMAIL ADDRESS __________________________
NOTES __________________________________

WEBSITE________________________________
USER NAME ______________________________
PASSWORD _______________________________
EMAIL ADDRESS __________________________
NOTES __________________________________

WEB ADDRESS PASSWORD BOOK

WEBSITE________________________________
USER NAME ______________________________
PASSWORD _______________________________
EMAIL ADDRESS ___________________________
NOTES __________________________________

WEBSITE________________________________
USER NAME ______________________________
PASSWORD _______________________________
EMAIL ADDRESS ___________________________
NOTES __________________________________

WEBSITE________________________________
USER NAME ______________________________
PASSWORD _______________________________
EMAIL ADDRESS ___________________________
NOTES __________________________________

WEBSITE________________________________
USER NAME ______________________________
PASSWORD _______________________________
EMAIL ADDRESS ___________________________
NOTES __________________________________

WEBSITE________________________________
USER NAME ______________________________
PASSWORD _______________________________
EMAIL ADDRESS ___________________________
NOTES __________________________________

WEB ADDRESS PASSWORD BOOK

WEBSITE________________________________
USER NAME ______________________________
PASSWORD ______________________________
EMAIL ADDRESS __________________________
NOTES _________________________________

WEBSITE________________________________
USER NAME ______________________________
PASSWORD ______________________________
EMAIL ADDRESS __________________________
NOTES _________________________________

WEBSITE________________________________
USER NAME ______________________________
PASSWORD ______________________________
EMAIL ADDRESS __________________________
NOTES _________________________________

WEBSITE________________________________
USER NAME ______________________________
PASSWORD ______________________________
EMAIL ADDRESS __________________________
NOTES _________________________________

WEBSITE________________________________
USER NAME ______________________________
PASSWORD ______________________________
EMAIL ADDRESS __________________________
NOTES _________________________________

WEB ADDRESS PASSWORD BOOK

WEBSITE ____________________
USER NAME ____________________
PASSWORD ____________________
EMAIL ADDRESS ____________________
NOTES ____________________

WEBSITE ____________________
USER NAME ____________________
PASSWORD ____________________
EMAIL ADDRESS ____________________
NOTES ____________________

WEBSITE ____________________
USER NAME ____________________
PASSWORD ____________________
EMAIL ADDRESS ____________________
NOTES ____________________

WEBSITE ____________________
USER NAME ____________________
PASSWORD ____________________
EMAIL ADDRESS ____________________
NOTES ____________________

WEBSITE ____________________
USER NAME ____________________
PASSWORD ____________________
EMAIL ADDRESS ____________________
NOTES ____________________

WEB ADDRESS PASSWORD BOOK

WEBSITE______________________________
USER NAME ___________________________
PASSWORD ____________________________
EMAIL ADDRESS _______________________
NOTES _______________________________

WEBSITE______________________________
USER NAME ___________________________
PASSWORD ____________________________
EMAIL ADDRESS _______________________
NOTES _______________________________

WEBSITE______________________________
USER NAME ___________________________
PASSWORD ____________________________
EMAIL ADDRESS _______________________
NOTES _______________________________

WEBSITE______________________________
USER NAME ___________________________
PASSWORD ____________________________
EMAIL ADDRESS _______________________
NOTES _______________________________

WEBSITE______________________________
USER NAME ___________________________
PASSWORD ____________________________
EMAIL ADDRESS _______________________
NOTES _______________________________

WEB ADDRESS PASSWORD BOOK

WEBSITE___________________________________
USER NAME ______________________________
PASSWORD _______________________________
EMAIL ADDRESS __________________________
NOTES ____________________________________

WEBSITE___________________________________
USER NAME ______________________________
PASSWORD _______________________________
EMAIL ADDRESS __________________________
NOTES ____________________________________

WEBSITE___________________________________
USER NAME ______________________________
PASSWORD _______________________________
EMAIL ADDRESS __________________________
NOTES ____________________________________

WEBSITE___________________________________
USER NAME ______________________________
PASSWORD _______________________________
EMAIL ADDRESS __________________________
NOTES ____________________________________

WEBSITE___________________________________
USER NAME ______________________________
PASSWORD _______________________________
EMAIL ADDRESS __________________________
NOTES ____________________________________

B B

WEB ADDRESS PASSWORD BOOK

WEBSITE______________________________
USER NAME ___________________________
PASSWORD ____________________________
EMAIL ADDRESS _______________________
NOTES _______________________________

WEBSITE______________________________
USER NAME ___________________________
PASSWORD ____________________________
EMAIL ADDRESS _______________________
NOTES _______________________________

WEBSITE______________________________
USER NAME ___________________________
PASSWORD ____________________________
EMAIL ADDRESS _______________________
NOTES _______________________________

WEBSITE______________________________
USER NAME ___________________________
PASSWORD ____________________________
EMAIL ADDRESS _______________________
NOTES _______________________________

WEBSITE______________________________
USER NAME ___________________________
PASSWORD ____________________________
EMAIL ADDRESS _______________________
NOTES _______________________________

WEB ADDRESS PASSWORD BOOK

WEBSITE______________________________
USER NAME __________________________
PASSWORD ___________________________
EMAIL ADDRESS ______________________
NOTES ________________________________

WEBSITE______________________________
USER NAME __________________________
PASSWORD ___________________________
EMAIL ADDRESS ______________________
NOTES ________________________________

WEBSITE______________________________
USER NAME __________________________
PASSWORD ___________________________
EMAIL ADDRESS ______________________
NOTES ________________________________

WEBSITE______________________________
USER NAME __________________________
PASSWORD ___________________________
EMAIL ADDRESS ______________________
NOTES ________________________________

WEBSITE______________________________
USER NAME __________________________
PASSWORD ___________________________
EMAIL ADDRESS ______________________
NOTES ________________________________

WEB ADDRESS PASSWORD BOOK

WEBSITE___________________________________
USER NAME _______________________________
PASSWORD ________________________________
EMAIL ADDRESS ___________________________
NOTES ___________________________________

WEBSITE___________________________________
USER NAME _______________________________
PASSWORD ________________________________
EMAIL ADDRESS ___________________________
NOTES ___________________________________

WEBSITE___________________________________
USER NAME _______________________________
PASSWORD ________________________________
EMAIL ADDRESS ___________________________
NOTES ___________________________________

WEBSITE___________________________________
USER NAME _______________________________
PASSWORD ________________________________
EMAIL ADDRESS ___________________________
NOTES ___________________________________

WEBSITE___________________________________
USER NAME _______________________________
PASSWORD ________________________________
EMAIL ADDRESS ___________________________
NOTES ___________________________________

C C

WEB ADDRESS PASSWORD BOOK

WEBSITE______________________________
USER NAME __________________________
PASSWORD ___________________________
EMAIL ADDRESS ______________________
NOTES ________________________________

WEBSITE______________________________
USER NAME __________________________
PASSWORD ___________________________
EMAIL ADDRESS ______________________
NOTES ________________________________

WEBSITE______________________________
USER NAME __________________________
PASSWORD ___________________________
EMAIL ADDRESS ______________________
NOTES ________________________________

WEBSITE______________________________
USER NAME __________________________
PASSWORD ___________________________
EMAIL ADDRESS ______________________
NOTES ________________________________

WEBSITE______________________________
USER NAME __________________________
PASSWORD ___________________________
EMAIL ADDRESS ______________________
NOTES ________________________________

D D

WEB ADDRESS PASSWORD BOOK

WEBSITE____________________________________
USER NAME ______________________________
PASSWORD _______________________________
EMAIL ADDRESS __________________________
NOTES _____________________________________

WEBSITE____________________________________
USER NAME ______________________________
PASSWORD _______________________________
EMAIL ADDRESS __________________________
NOTES _____________________________________

WEBSITE____________________________________
USER NAME ______________________________
PASSWORD _______________________________
EMAIL ADDRESS __________________________
NOTES _____________________________________

WEBSITE____________________________________
USER NAME ______________________________
PASSWORD _______________________________
EMAIL ADDRESS __________________________
NOTES _____________________________________

WEBSITE____________________________________
USER NAME ______________________________
PASSWORD _______________________________
EMAIL ADDRESS __________________________
NOTES _____________________________________

D D

WEB ADDRESS PASSWORD BOOK

WEBSITE______________________________
USER NAME __________________________
PASSWORD ___________________________
EMAIL ADDRESS ______________________
NOTES ________________________________

WEBSITE______________________________
USER NAME __________________________
PASSWORD ___________________________
EMAIL ADDRESS ______________________
NOTES ________________________________

WEBSITE______________________________
USER NAME __________________________
PASSWORD ___________________________
EMAIL ADDRESS ______________________
NOTES ________________________________

WEBSITE______________________________
USER NAME __________________________
PASSWORD ___________________________
EMAIL ADDRESS ______________________
NOTES ________________________________

WEBSITE______________________________
USER NAME __________________________
PASSWORD ___________________________
EMAIL ADDRESS ______________________
NOTES ________________________________

D D

WEB ADDRESS PASSWORD BOOK

WEBSITE_______________________________
USER NAME _______________________________
PASSWORD _______________________________
EMAIL ADDRESS _______________________________
NOTES _______________________________

WEBSITE_______________________________
USER NAME _______________________________
PASSWORD _______________________________
EMAIL ADDRESS _______________________________
NOTES _______________________________

WEBSITE_______________________________
USER NAME _______________________________
PASSWORD _______________________________
EMAIL ADDRESS _______________________________
NOTES _______________________________

WEBSITE_______________________________
USER NAME _______________________________
PASSWORD _______________________________
EMAIL ADDRESS _______________________________
NOTES _______________________________

WEBSITE_______________________________
USER NAME _______________________________
PASSWORD _______________________________
EMAIL ADDRESS _______________________________
NOTES _______________________________

WEB ADDRESS PASSWORD BOOK

WEBSITE______________________________
USER NAME __________________________
PASSWORD ___________________________
EMAIL ADDRESS ______________________
NOTES ________________________________

WEBSITE______________________________
USER NAME __________________________
PASSWORD ___________________________
EMAIL ADDRESS ______________________
NOTES ________________________________

WEBSITE______________________________
USER NAME __________________________
PASSWORD ___________________________
EMAIL ADDRESS ______________________
NOTES ________________________________

WEBSITE______________________________
USER NAME __________________________
PASSWORD ___________________________
EMAIL ADDRESS ______________________
NOTES ________________________________

WEBSITE______________________________
USER NAME __________________________
PASSWORD ___________________________
EMAIL ADDRESS ______________________
NOTES________________________________

WEB ADDRESS PASSWORD BOOK

WEBSITE________________________________
USER NAME ______________________________
PASSWORD ______________________________
EMAIL ADDRESS ___________________________
NOTES _________________________________

WEBSITE________________________________
USER NAME ______________________________
PASSWORD ______________________________
EMAIL ADDRESS ___________________________
NOTES _________________________________

WEBSITE________________________________
USER NAME ______________________________
PASSWORD ______________________________
EMAIL ADDRESS ___________________________
NOTES _________________________________

WEBSITE________________________________
USER NAME ______________________________
PASSWORD ______________________________
EMAIL ADDRESS ___________________________
NOTES _________________________________

WEBSITE________________________________
USER NAME ______________________________
PASSWORD ______________________________
EMAIL ADDRESS ___________________________
NOTES _________________________________

E E

WEB ADDRESS PASSWORD BOOK

WEBSITE________________________________
USER NAME ________________________________
PASSWORD ________________________________
EMAIL ADDRESS ____________________________
NOTES ________________________________

WEBSITE________________________________
USER NAME ________________________________
PASSWORD ________________________________
EMAIL ADDRESS ____________________________
NOTES ________________________________

WEBSITE________________________________
USER NAME ________________________________
PASSWORD ________________________________
EMAIL ADDRESS ____________________________
NOTES ________________________________

WEBSITE________________________________
USER NAME ________________________________
PASSWORD ________________________________
EMAIL ADDRESS ____________________________
NOTES ________________________________

WEBSITE________________________________
USER NAME ________________________________
PASSWORD ________________________________
EMAIL ADDRESS ____________________________
NOTES ________________________________

WEB ADDRESS PASSWORD BOOK

WEBSITE______________________________
USER NAME __________________________
PASSWORD ___________________________
EMAIL ADDRESS _______________________
NOTES _______________________________

WEBSITE______________________________
USER NAME __________________________
PASSWORD ___________________________
EMAIL ADDRESS _______________________
NOTES _______________________________

WEBSITE______________________________
USER NAME __________________________
PASSWORD ___________________________
EMAIL ADDRESS _______________________
NOTES _______________________________

WEBSITE______________________________
USER NAME __________________________
PASSWORD ___________________________
EMAIL ADDRESS _______________________
NOTES _______________________________

WEBSITE______________________________
USER NAME __________________________
PASSWORD ___________________________
EMAIL ADDRESS _______________________
NOTES _______________________________

WEB ADDRESS PASSWORD BOOK

WEBSITE________________________________
USER NAME ________________________________
PASSWORD ________________________________
EMAIL ADDRESS ____________________________
NOTES ________________________________

WEBSITE________________________________
USER NAME ________________________________
PASSWORD ________________________________
EMAIL ADDRESS ____________________________
NOTES ________________________________

WEBSITE________________________________
USER NAME ________________________________
PASSWORD ________________________________
EMAIL ADDRESS ____________________________
NOTES ________________________________

WEBSITE________________________________
USER NAME ________________________________
PASSWORD ________________________________
EMAIL ADDRESS ____________________________
NOTES ________________________________

WEBSITE________________________________
USER NAME ________________________________
PASSWORD ________________________________
EMAIL ADDRESS ____________________________
NOTES ________________________________

WEB ADDRESS PASSWORD BOOK

WEBSITE______________________________
USER NAME __________________________
PASSWORD ___________________________
EMAIL ADDRESS ______________________
NOTES ________________________________

WEBSITE______________________________
USER NAME __________________________
PASSWORD ___________________________
EMAIL ADDRESS ______________________
NOTES ________________________________

WEBSITE______________________________
USER NAME __________________________
PASSWORD ___________________________
EMAIL ADDRESS ______________________
NOTES ________________________________

WEBSITE______________________________
USER NAME __________________________
PASSWORD ___________________________
EMAIL ADDRESS ______________________
NOTES ________________________________

WEBSITE______________________________
USER NAME __________________________
PASSWORD ___________________________
EMAIL ADDRESS ______________________
NOTES ________________________________

WEB ADDRESS PASSWORD BOOK

WEBSITE________________________________
USER NAME ______________________________
PASSWORD _______________________________
EMAIL ADDRESS ___________________________
NOTES _________________________________

WEBSITE________________________________
USER NAME ______________________________
PASSWORD _______________________________
EMAIL ADDRESS ___________________________
NOTES _________________________________

WEBSITE________________________________
USER NAME ______________________________
PASSWORD _______________________________
EMAIL ADDRESS ___________________________
NOTES _________________________________

WEBSITE________________________________
USER NAME ______________________________
PASSWORD _______________________________
EMAIL ADDRESS ___________________________
NOTES _________________________________

WEBSITE________________________________
USER NAME ______________________________
PASSWORD _______________________________
EMAIL ADDRESS ___________________________
NOTES _________________________________

WEB ADDRESS PASSWORD BOOK

WEBSITE______________________________
USER NAME __________________________
PASSWORD ___________________________
EMAIL ADDRESS ______________________
NOTES ________________________________

WEBSITE______________________________
USER NAME __________________________
PASSWORD ___________________________
EMAIL ADDRESS ______________________
NOTES ________________________________

WEBSITE______________________________
USER NAME __________________________
PASSWORD ___________________________
EMAIL ADDRESS ______________________
NOTES ________________________________

WEBSITE______________________________
USER NAME __________________________
PASSWORD ___________________________
EMAIL ADDRESS ______________________
NOTES ________________________________

WEBSITE______________________________
USER NAME __________________________
PASSWORD ___________________________
EMAIL ADDRESS ______________________
NOTES ________________________________

WEB ADDRESS PASSWORD BOOK

WEBSITE________________________________
USER NAME ____________________________
PASSWORD _____________________________
EMAIL ADDRESS ________________________
NOTES ________________________________

WEBSITE________________________________
USER NAME ____________________________
PASSWORD _____________________________
EMAIL ADDRESS ________________________
NOTES ________________________________

WEBSITE________________________________
USER NAME ____________________________
PASSWORD _____________________________
EMAIL ADDRESS ________________________
NOTES ________________________________

WEBSITE________________________________
USER NAME ____________________________
PASSWORD _____________________________
EMAIL ADDRESS ________________________
NOTES ________________________________

WEBSITE________________________________
USER NAME ____________________________
PASSWORD _____________________________
EMAIL ADDRESS ________________________
NOTES ________________________________

H H

WEB ADDRESS PASSWORD BOOK

WEBSITE________________________________
USER NAME ______________________________
PASSWORD ______________________________
EMAIL ADDRESS __________________________
NOTES _________________________________

WEBSITE________________________________
USER NAME ______________________________
PASSWORD ______________________________
EMAIL ADDRESS __________________________
NOTES _________________________________

WEBSITE________________________________
USER NAME ______________________________
PASSWORD ______________________________
EMAIL ADDRESS __________________________
NOTES _________________________________

WEBSITE________________________________
USER NAME ______________________________
PASSWORD ______________________________
EMAIL ADDRESS __________________________
NOTES _________________________________

WEBSITE________________________________
USER NAME ______________________________
PASSWORD ______________________________
EMAIL ADDRESS __________________________
NOTES _________________________________

H H

WEB ADDRESS PASSWORD BOOK

WEBSITE________________________________
USER NAME ____________________________
PASSWORD _____________________________
EMAIL ADDRESS ________________________
NOTES __________________________________

WEBSITE________________________________
USER NAME ____________________________
PASSWORD _____________________________
EMAIL ADDRESS ________________________
NOTES __________________________________

WEBSITE________________________________
USER NAME ____________________________
PASSWORD _____________________________
EMAIL ADDRESS ________________________
NOTES __________________________________

WEBSITE________________________________
USER NAME ____________________________
PASSWORD _____________________________
EMAIL ADDRESS ________________________
NOTES __________________________________

WEBSITE________________________________
USER NAME ____________________________
PASSWORD _____________________________
EMAIL ADDRESS ________________________
NOTES __________________________________

H H

WEB ADDRESS PASSWORD BOOK

WEBSITE______________________________
USER NAME __________________________
PASSWORD ___________________________
EMAIL ADDRESS ______________________
NOTES ________________________________

WEBSITE______________________________
USER NAME __________________________
PASSWORD ___________________________
EMAIL ADDRESS ______________________
NOTES ________________________________

WEBSITE______________________________
USER NAME __________________________
PASSWORD ___________________________
EMAIL ADDRESS ______________________
NOTES ________________________________

WEBSITE______________________________
USER NAME __________________________
PASSWORD ___________________________
EMAIL ADDRESS ______________________
NOTES ________________________________

WEBSITE______________________________
USER NAME __________________________
PASSWORD ___________________________
EMAIL ADDRESS ______________________
NOTES ________________________________

H H

WEB ADDRESS PASSWORD BOOK

WEBSITE______________________________
USER NAME ___________________________
PASSWORD ____________________________
EMAIL ADDRESS _______________________
NOTES _______________________________

WEBSITE______________________________
USER NAME ___________________________
PASSWORD ____________________________
EMAIL ADDRESS _______________________
NOTES _______________________________

WEBSITE______________________________
USER NAME ___________________________
PASSWORD ____________________________
EMAIL ADDRESS _______________________
NOTES _______________________________

WEBSITE______________________________
USER NAME ___________________________
PASSWORD ____________________________
EMAIL ADDRESS _______________________
NOTES _______________________________

WEBSITE______________________________
USER NAME ___________________________
PASSWORD ____________________________
EMAIL ADDRESS _______________________
NOTES _______________________________

WEB ADDRESS PASSWORD BOOK

WEBSITE________________________________
USER NAME ______________________________
PASSWORD ______________________________
EMAIL ADDRESS __________________________
NOTES _________________________________

WEBSITE________________________________
USER NAME ______________________________
PASSWORD ______________________________
EMAIL ADDRESS __________________________
NOTES _________________________________

WEBSITE________________________________
USER NAME ______________________________
PASSWORD ______________________________
EMAIL ADDRESS __________________________
NOTES _________________________________

WEBSITE________________________________
USER NAME ______________________________
PASSWORD ______________________________
EMAIL ADDRESS __________________________
NOTES _________________________________

WEBSITE________________________________
USER NAME ______________________________
PASSWORD ______________________________
EMAIL ADDRESS __________________________
NOTES _________________________________

WEB ADDRESS PASSWORD BOOK

WEBSITE____________________________________
USER NAME ________________________________
PASSWORD _________________________________
EMAIL ADDRESS ____________________________
NOTES ____________________________________

WEBSITE____________________________________
USER NAME ________________________________
PASSWORD _________________________________
EMAIL ADDRESS ____________________________
NOTES ____________________________________

WEBSITE____________________________________
USER NAME ________________________________
PASSWORD _________________________________
EMAIL ADDRESS ____________________________
NOTES ____________________________________

WEBSITE____________________________________
USER NAME ________________________________
PASSWORD _________________________________
EMAIL ADDRESS ____________________________
NOTES ____________________________________

WEBSITE____________________________________
USER NAME ________________________________
PASSWORD _________________________________
EMAIL ADDRESS ____________________________
NOTES ____________________________________

WEB ADDRESS PASSWORD BOOK

WEBSITE________________________________
USER NAME ___________________________
PASSWORD ____________________________
EMAIL ADDRESS _______________________
NOTES ________________________________

WEBSITE________________________________
USER NAME ___________________________
PASSWORD ____________________________
EMAIL ADDRESS _______________________
NOTES ________________________________

WEBSITE________________________________
USER NAME ___________________________
PASSWORD ____________________________
EMAIL ADDRESS _______________________
NOTES ________________________________

WEBSITE________________________________
USER NAME ___________________________
PASSWORD ____________________________
EMAIL ADDRESS _______________________
NOTES ________________________________

WEBSITE________________________________
USER NAME ___________________________
PASSWORD ____________________________
EMAIL ADDRESS _______________________
NOTES ________________________________

WEB ADDRESS PASSWORD BOOK

WEBSITE________________________________
USER NAME ____________________________
PASSWORD _____________________________
EMAIL ADDRESS ________________________
NOTES __________________________________

WEBSITE________________________________
USER NAME ____________________________
PASSWORD _____________________________
EMAIL ADDRESS ________________________
NOTES __________________________________

WEBSITE________________________________
USER NAME ____________________________
PASSWORD _____________________________
EMAIL ADDRESS ________________________
NOTES __________________________________

WEBSITE________________________________
USER NAME ____________________________
PASSWORD _____________________________
EMAIL ADDRESS ________________________
NOTES __________________________________

WEBSITE________________________________
USER NAME ____________________________
PASSWORD _____________________________
EMAIL ADDRESS ________________________
NOTES __________________________________

WEB ADDRESS PASSWORD BOOK

WEBSITE______________________________
USER NAME __________________________
PASSWORD ___________________________
EMAIL ADDRESS ______________________
NOTES ________________________________

WEBSITE______________________________
USER NAME __________________________
PASSWORD ___________________________
EMAIL ADDRESS ______________________
NOTES ________________________________

WEBSITE______________________________
USER NAME __________________________
PASSWORD ___________________________
EMAIL ADDRESS ______________________
NOTES ________________________________

WEBSITE______________________________
USER NAME __________________________
PASSWORD ___________________________
EMAIL ADDRESS ______________________
NOTES ________________________________

WEBSITE______________________________
USER NAME __________________________
PASSWORD ___________________________
EMAIL ADDRESS ______________________
NOTES ________________________________

WEB ADDRESS PASSWORD BOOK

WEBSITE______________________________
USER NAME __________________________
PASSWORD ___________________________
EMAIL ADDRESS ______________________
NOTES ________________________________

WEBSITE______________________________
USER NAME __________________________
PASSWORD ___________________________
EMAIL ADDRESS ______________________
NOTES ________________________________

WEBSITE______________________________
USER NAME __________________________
PASSWORD ___________________________
EMAIL ADDRESS ______________________
NOTES ________________________________

WEBSITE______________________________
USER NAME __________________________
PASSWORD ___________________________
EMAIL ADDRESS ______________________
NOTES ________________________________

WEBSITE______________________________
USER NAME __________________________
PASSWORD ___________________________
EMAIL ADDRESS ______________________
NOTES ________________________________

WEB ADDRESS PASSWORD BOOK

WEBSITE________________________________
USER NAME ______________________________
PASSWORD _______________________________
EMAIL ADDRESS __________________________
NOTES __________________________________

WEBSITE________________________________
USER NAME ______________________________
PASSWORD _______________________________
EMAIL ADDRESS __________________________
NOTES __________________________________

WEBSITE________________________________
USER NAME ______________________________
PASSWORD _______________________________
EMAIL ADDRESS __________________________
NOTES __________________________________

WEBSITE________________________________
USER NAME ______________________________
PASSWORD _______________________________
EMAIL ADDRESS __________________________
NOTES __________________________________

WEBSITE________________________________
USER NAME ______________________________
PASSWORD _______________________________
EMAIL ADDRESS __________________________
NOTES __________________________________

WEB ADDRESS PASSWORD BOOK

WEBSITE____________________________________
USER NAME ______________________________
PASSWORD _______________________________
EMAIL ADDRESS __________________________
NOTES ____________________________________

WEBSITE____________________________________
USER NAME ______________________________
PASSWORD _______________________________
EMAIL ADDRESS __________________________
NOTES ____________________________________

WEBSITE____________________________________
USER NAME ______________________________
PASSWORD _______________________________
EMAIL ADDRESS __________________________
NOTES ____________________________________

WEBSITE____________________________________
USER NAME ______________________________
PASSWORD _______________________________
EMAIL ADDRESS __________________________
NOTES ____________________________________

WEBSITE____________________________________
USER NAME ______________________________
PASSWORD _______________________________
EMAIL ADDRESS __________________________
NOTES ____________________________________

K K

WEB ADDRESS PASSWORD BOOK

WEBSITE________________________________
USER NAME ____________________________
PASSWORD _____________________________
EMAIL ADDRESS ________________________
NOTES __________________________________

WEBSITE________________________________
USER NAME ____________________________
PASSWORD _____________________________
EMAIL ADDRESS ________________________
NOTES __________________________________

WEBSITE________________________________
USER NAME ____________________________
PASSWORD _____________________________
EMAIL ADDRESS ________________________
NOTES __________________________________

WEBSITE________________________________
USER NAME ____________________________
PASSWORD _____________________________
EMAIL ADDRESS ________________________
NOTES __________________________________

WEBSITE________________________________
USER NAME ____________________________
PASSWORD _____________________________
EMAIL ADDRESS ________________________
NOTES __________________________________

WEB ADDRESS PASSWORD BOOK

WEBSITE___________________________________
USER NAME ______________________________
PASSWORD _______________________________
EMAIL ADDRESS __________________________
NOTES ____________________________________

WEBSITE___________________________________
USER NAME ______________________________
PASSWORD _______________________________
EMAIL ADDRESS __________________________
NOTES ____________________________________

WEBSITE___________________________________
USER NAME ______________________________
PASSWORD _______________________________
EMAIL ADDRESS __________________________
NOTES ____________________________________

WEBSITE___________________________________
USER NAME ______________________________
PASSWORD _______________________________
EMAIL ADDRESS __________________________
NOTES ____________________________________

WEBSITE___________________________________
USER NAME ______________________________
PASSWORD _______________________________
EMAIL ADDRESS __________________________
NOTES ____________________________________

WEB ADDRESS PASSWORD BOOK

WEBSITE____________________________
USER NAME _________________________
PASSWORD __________________________
EMAIL ADDRESS ______________________
NOTES ______________________________

WEBSITE____________________________
USER NAME _________________________
PASSWORD __________________________
EMAIL ADDRESS ______________________
NOTES ______________________________

WEBSITE____________________________
USER NAME _________________________
PASSWORD __________________________
EMAIL ADDRESS ______________________
NOTES ______________________________

WEBSITE____________________________
USER NAME _________________________
PASSWORD __________________________
EMAIL ADDRESS ______________________
NOTES ______________________________

WEBSITE____________________________
USER NAME _________________________
PASSWORD __________________________
EMAIL ADDRESS ______________________
NOTES ______________________________

WEB ADDRESS PASSWORD BOOK

WEBSITE______________________________
USER NAME ___________________________
PASSWORD ____________________________
EMAIL ADDRESS _______________________
NOTES ________________________________

WEBSITE______________________________
USER NAME ___________________________
PASSWORD ____________________________
EMAIL ADDRESS _______________________
NOTES ________________________________

WEBSITE______________________________
USER NAME ___________________________
PASSWORD ____________________________
EMAIL ADDRESS _______________________
NOTES ________________________________

WEBSITE______________________________
USER NAME ___________________________
PASSWORD ____________________________
EMAIL ADDRESS _______________________
NOTES ________________________________

WEBSITE______________________________
USER NAME ___________________________
PASSWORD ____________________________
EMAIL ADDRESS _______________________
NOTES ________________________________

WEB ADDRESS PASSWORD BOOK

WEBSITE________________________________
USER NAME ______________________________
PASSWORD ______________________________
EMAIL ADDRESS __________________________
NOTES _________________________________

WEBSITE________________________________
USER NAME ______________________________
PASSWORD ______________________________
EMAIL ADDRESS __________________________
NOTES _________________________________

WEBSITE________________________________
USER NAME ______________________________
PASSWORD ______________________________
EMAIL ADDRESS __________________________
NOTES _________________________________

WEBSITE________________________________
USER NAME ______________________________
PASSWORD ______________________________
EMAIL ADDRESS __________________________
NOTES _________________________________

WEBSITE________________________________
USER NAME ______________________________
PASSWORD ______________________________
EMAIL ADDRESS __________________________
NOTES _________________________________

WEB ADDRESS PASSWORD BOOK

WEBSITE________________________________
USER NAME ______________________________
PASSWORD ______________________________
EMAIL ADDRESS __________________________
NOTES _________________________________

WEBSITE________________________________
USER NAME ______________________________
PASSWORD ______________________________
EMAIL ADDRESS __________________________
NOTES _________________________________

WEBSITE________________________________
USER NAME ______________________________
PASSWORD ______________________________
EMAIL ADDRESS __________________________
NOTES _________________________________

WEBSITE________________________________
USER NAME ______________________________
PASSWORD ______________________________
EMAIL ADDRESS __________________________
NOTES _________________________________

WEBSITE________________________________
USER NAME ______________________________
PASSWORD ______________________________
EMAIL ADDRESS __________________________
NOTES _________________________________

M

M

WEB ADDRESS PASSWORD BOOK

WEBSITE_______________________________
USER NAME ____________________________
PASSWORD _____________________________
EMAIL ADDRESS ________________________
NOTES ________________________________

WEBSITE_______________________________
USER NAME ____________________________
PASSWORD _____________________________
EMAIL ADDRESS ________________________
NOTES ________________________________

WEBSITE_______________________________
USER NAME ____________________________
PASSWORD _____________________________
EMAIL ADDRESS ________________________
NOTES ________________________________

WEBSITE_______________________________
USER NAME ____________________________
PASSWORD _____________________________
EMAIL ADDRESS ________________________
NOTES ________________________________

WEBSITE_______________________________
USER NAME ____________________________
PASSWORD _____________________________
EMAIL ADDRESS ________________________
NOTES ________________________________

WEB ADDRESS PASSWORD BOOK

WEBSITE______________________________
USER NAME __________________________
PASSWORD ___________________________
EMAIL ADDRESS ______________________
NOTES ________________________________

WEBSITE______________________________
USER NAME __________________________
PASSWORD ___________________________
EMAIL ADDRESS ______________________
NOTES ________________________________

WEBSITE______________________________
USER NAME __________________________
PASSWORD ___________________________
EMAIL ADDRESS ______________________
NOTES ________________________________

WEBSITE______________________________
USER NAME __________________________
PASSWORD ___________________________
EMAIL ADDRESS ______________________
NOTES ________________________________

WEBSITE______________________________
USER NAME __________________________
PASSWORD ___________________________
EMAIL ADDRESS ______________________
NOTES ________________________________

WEB ADDRESS PASSWORD BOOK

WEBSITE________________________________
USER NAME ____________________________
PASSWORD _____________________________
EMAIL ADDRESS ________________________
NOTES ________________________________

WEBSITE________________________________
USER NAME ____________________________
PASSWORD _____________________________
EMAIL ADDRESS ________________________
NOTES ________________________________

WEBSITE________________________________
USER NAME ____________________________
PASSWORD _____________________________
EMAIL ADDRESS ________________________
NOTES ________________________________

WEBSITE________________________________
USER NAME ____________________________
PASSWORD _____________________________
EMAIL ADDRESS ________________________
NOTES ________________________________

WEBSITE________________________________
USER NAME ____________________________
PASSWORD _____________________________
EMAIL ADDRESS ________________________
NOTES ________________________________

WEB ADDRESS PASSWORD BOOK

WEBSITE______________________________
USER NAME ___________________________
PASSWORD ____________________________
EMAIL ADDRESS _______________________
NOTES _______________________________

WEBSITE______________________________
USER NAME ___________________________
PASSWORD ____________________________
EMAIL ADDRESS _______________________
NOTES _______________________________

WEBSITE______________________________
USER NAME ___________________________
PASSWORD ____________________________
EMAIL ADDRESS _______________________
NOTES _______________________________

WEBSITE______________________________
USER NAME ___________________________
PASSWORD ____________________________
EMAIL ADDRESS _______________________
NOTES _______________________________

WEBSITE______________________________
USER NAME ___________________________
PASSWORD ____________________________
EMAIL ADDRESS _______________________
NOTES _______________________________

WEB ADDRESS PASSWORD BOOK

WEBSITE________________________________
USER NAME ______________________________
PASSWORD ______________________________
EMAIL ADDRESS __________________________
NOTES _________________________________

WEBSITE________________________________
USER NAME ______________________________
PASSWORD ______________________________
EMAIL ADDRESS __________________________
NOTES _________________________________

WEBSITE________________________________
USER NAME ______________________________
PASSWORD ______________________________
EMAIL ADDRESS __________________________
NOTES _________________________________

WEBSITE________________________________
USER NAME ______________________________
PASSWORD ______________________________
EMAIL ADDRESS __________________________
NOTES _________________________________

WEBSITE________________________________
USER NAME ______________________________
PASSWORD ______________________________
EMAIL ADDRESS __________________________
NOTES _________________________________

O O

WEB ADDRESS PASSWORD BOOK

WEBSITE______________________________
USER NAME __________________________
PASSWORD ___________________________
EMAIL ADDRESS ______________________
NOTES ________________________________

WEBSITE______________________________
USER NAME __________________________
PASSWORD ___________________________
EMAIL ADDRESS ______________________
NOTES ________________________________

WEBSITE______________________________
USER NAME __________________________
PASSWORD ___________________________
EMAIL ADDRESS ______________________
NOTES ________________________________

WEBSITE______________________________
USER NAME __________________________
PASSWORD ___________________________
EMAIL ADDRESS ______________________
NOTES ________________________________

WEBSITE______________________________
USER NAME __________________________
PASSWORD ___________________________
EMAIL ADDRESS ______________________
NOTES ________________________________

WEB ADDRESS PASSWORD BOOK

WEBSITE____________________________________
USER NAME ______________________________
PASSWORD _______________________________
EMAIL ADDRESS __________________________
NOTES _____________________________________

WEBSITE____________________________________
USER NAME ______________________________
PASSWORD _______________________________
EMAIL ADDRESS __________________________
NOTES _____________________________________

WEBSITE____________________________________
USER NAME ______________________________
PASSWORD _______________________________
EMAIL ADDRESS __________________________
NOTES _____________________________________

WEBSITE____________________________________
USER NAME ______________________________
PASSWORD _______________________________
EMAIL ADDRESS __________________________
NOTES _____________________________________

WEBSITE____________________________________
USER NAME ______________________________
PASSWORD _______________________________
EMAIL ADDRESS __________________________
NOTES _____________________________________

O O

WEB ADDRESS PASSWORD BOOK

WEBSITE________________________________
USER NAME ______________________________
PASSWORD _______________________________
EMAIL ADDRESS __________________________
NOTES __________________________________

WEBSITE________________________________
USER NAME ______________________________
PASSWORD _______________________________
EMAIL ADDRESS __________________________
NOTES __________________________________

WEBSITE________________________________
USER NAME ______________________________
PASSWORD _______________________________
EMAIL ADDRESS __________________________
NOTES __________________________________

WEBSITE________________________________
USER NAME ______________________________
PASSWORD _______________________________
EMAIL ADDRESS __________________________
NOTES __________________________________

WEBSITE________________________________
USER NAME ______________________________
PASSWORD _______________________________
EMAIL ADDRESS __________________________
NOTES __________________________________

WEB ADDRESS PASSWORD BOOK

WEBSITE________________________________
USER NAME ____________________________
PASSWORD ____________________________
EMAIL ADDRESS ________________________
NOTES ________________________________

WEBSITE________________________________
USER NAME ____________________________
PASSWORD ____________________________
EMAIL ADDRESS ________________________
NOTES ________________________________

WEBSITE________________________________
USER NAME ____________________________
PASSWORD ____________________________
EMAIL ADDRESS ________________________
NOTES ________________________________

WEBSITE________________________________
USER NAME ____________________________
PASSWORD ____________________________
EMAIL ADDRESS ________________________
NOTES ________________________________

WEBSITE________________________________
USER NAME ____________________________
PASSWORD ____________________________
EMAIL ADDRESS ________________________
NOTES ________________________________

O O

WEB ADDRESS PASSWORD BOOK

WEBSITE______________________________
USER NAME __________________________
PASSWORD ___________________________
EMAIL ADDRESS ______________________
NOTES _______________________________

WEBSITE______________________________
USER NAME __________________________
PASSWORD ___________________________
EMAIL ADDRESS ______________________
NOTES _______________________________

WEBSITE______________________________
USER NAME __________________________
PASSWORD ___________________________
EMAIL ADDRESS ______________________
NOTES _______________________________

WEBSITE______________________________
USER NAME __________________________
PASSWORD ___________________________
EMAIL ADDRESS ______________________
NOTES _______________________________

WEBSITE______________________________
USER NAME __________________________
PASSWORD ___________________________
EMAIL ADDRESS ______________________
NOTES _______________________________

WEB ADDRESS PASSWORD BOOK

WEBSITE_______________________________
USER NAME _____________________________
PASSWORD _____________________________
EMAIL ADDRESS _________________________
NOTES ________________________________

WEBSITE_______________________________
USER NAME _____________________________
PASSWORD _____________________________
EMAIL ADDRESS _________________________
NOTES ________________________________

WEBSITE_______________________________
USER NAME _____________________________
PASSWORD _____________________________
EMAIL ADDRESS _________________________
NOTES ________________________________

WEBSITE_______________________________
USER NAME _____________________________
PASSWORD _____________________________
EMAIL ADDRESS _________________________
NOTES ________________________________

WEBSITE_______________________________
USER NAME _____________________________
PASSWORD _____________________________
EMAIL ADDRESS _________________________
NOTES ________________________________

WEB ADDRESS PASSWORD BOOK

WEBSITE ________________________________
USER NAME ______________________________
PASSWORD _______________________________
EMAIL ADDRESS __________________________
NOTES __________________________________

WEBSITE ________________________________
USER NAME ______________________________
PASSWORD _______________________________
EMAIL ADDRESS __________________________
NOTES __________________________________

WEBSITE ________________________________
USER NAME ______________________________
PASSWORD _______________________________
EMAIL ADDRESS __________________________
NOTES __________________________________

WEBSITE ________________________________
USER NAME ______________________________
PASSWORD _______________________________
EMAIL ADDRESS __________________________
NOTES __________________________________

WEBSITE ________________________________
USER NAME ______________________________
PASSWORD _______________________________
EMAIL ADDRESS __________________________
NOTES __________________________________

WEB ADDRESS PASSWORD BOOK

WEBSITE___________________________________
USER NAME ________________________________
PASSWORD _________________________________
EMAIL ADDRESS ____________________________
NOTES ____________________________________

WEBSITE___________________________________
USER NAME ________________________________
PASSWORD _________________________________
EMAIL ADDRESS ____________________________
NOTES ____________________________________

WEBSITE___________________________________
USER NAME ________________________________
PASSWORD _________________________________
EMAIL ADDRESS ____________________________
NOTES ____________________________________

WEBSITE___________________________________
USER NAME ________________________________
PASSWORD _________________________________
EMAIL ADDRESS ____________________________
NOTES ____________________________________

WEBSITE___________________________________
USER NAME ________________________________
PASSWORD _________________________________
EMAIL ADDRESS ____________________________
NOTES ____________________________________

Q Q

WEB ADDRESS PASSWORD BOOK

WEBSITE_______________________________
USER NAME ____________________________
PASSWORD _____________________________
EMAIL ADDRESS ________________________
NOTES ________________________________

WEBSITE_______________________________
USER NAME ____________________________
PASSWORD _____________________________
EMAIL ADDRESS ________________________
NOTES ________________________________

WEBSITE_______________________________
USER NAME ____________________________
PASSWORD _____________________________
EMAIL ADDRESS ________________________
NOTES ________________________________

WEBSITE_______________________________
USER NAME ____________________________
PASSWORD _____________________________
EMAIL ADDRESS ________________________
NOTES ________________________________

WEBSITE_______________________________
USER NAME ____________________________
PASSWORD _____________________________
EMAIL ADDRESS ________________________
NOTES ________________________________

Q Q

WEB ADDRESS PASSWORD BOOK

WEBSITE______________________________
USER NAME __________________________
PASSWORD ___________________________
EMAIL ADDRESS ______________________
NOTES _______________________________

WEBSITE______________________________
USER NAME __________________________
PASSWORD ___________________________
EMAIL ADDRESS ______________________
NOTES _______________________________

WEBSITE______________________________
USER NAME __________________________
PASSWORD ___________________________
EMAIL ADDRESS ______________________
NOTES _______________________________

WEBSITE______________________________
USER NAME __________________________
PASSWORD ___________________________
EMAIL ADDRESS ______________________
NOTES _______________________________

WEBSITE______________________________
USER NAME __________________________
PASSWORD ___________________________
EMAIL ADDRESS ______________________
NOTES _______________________________

WEB ADDRESS PASSWORD BOOK

WEBSITE________________________________
USER NAME ______________________________
PASSWORD _______________________________
EMAIL ADDRESS __________________________
NOTES __________________________________

WEBSITE________________________________
USER NAME ______________________________
PASSWORD _______________________________
EMAIL ADDRESS __________________________
NOTES __________________________________

WEBSITE________________________________
USER NAME ______________________________
PASSWORD _______________________________
EMAIL ADDRESS __________________________
NOTES __________________________________

WEBSITE________________________________
USER NAME ______________________________
PASSWORD _______________________________
EMAIL ADDRESS __________________________
NOTES __________________________________

WEBSITE________________________________
USER NAME ______________________________
PASSWORD _______________________________
EMAIL ADDRESS __________________________
NOTES __________________________________

WEB ADDRESS PASSWORD BOOK

WEBSITE______________________________
USER NAME ___________________________
PASSWORD ____________________________
EMAIL ADDRESS _______________________
NOTES _______________________________

WEBSITE______________________________
USER NAME ___________________________
PASSWORD ____________________________
EMAIL ADDRESS _______________________
NOTES _______________________________

WEBSITE______________________________
USER NAME ___________________________
PASSWORD ____________________________
EMAIL ADDRESS _______________________
NOTES _______________________________

WEBSITE______________________________
USER NAME ___________________________
PASSWORD ____________________________
EMAIL ADDRESS _______________________
NOTES _______________________________

WEBSITE______________________________
USER NAME ___________________________
PASSWORD ____________________________
EMAIL ADDRESS _______________________
NOTES _______________________________

WEB ADDRESS PASSWORD BOOK

WEBSITE____________________
USER NAME ____________________
PASSWORD ____________________
EMAIL ADDRESS ____________________
NOTES ____________________

WEBSITE____________________
USER NAME ____________________
PASSWORD ____________________
EMAIL ADDRESS ____________________
NOTES ____________________

WEBSITE____________________
USER NAME ____________________
PASSWORD ____________________
EMAIL ADDRESS ____________________
NOTES ____________________

WEBSITE____________________
USER NAME ____________________
PASSWORD ____________________
EMAIL ADDRESS ____________________
NOTES ____________________

WEBSITE____________________
USER NAME ____________________
PASSWORD ____________________
EMAIL ADDRESS ____________________
NOTES ____________________

WEB ADDRESS PASSWORD BOOK

WEBSITE________________________________
USER NAME ______________________________
PASSWORD _______________________________
EMAIL ADDRESS ___________________________
NOTES _________________________________

WEBSITE________________________________
USER NAME ______________________________
PASSWORD _______________________________
EMAIL ADDRESS ___________________________
NOTES _________________________________

WEBSITE________________________________
USER NAME ______________________________
PASSWORD _______________________________
EMAIL ADDRESS ___________________________
NOTES _________________________________

WEBSITE________________________________
USER NAME ______________________________
PASSWORD _______________________________
EMAIL ADDRESS ___________________________
NOTES _________________________________

WEBSITE________________________________
USER NAME ______________________________
PASSWORD _______________________________
EMAIL ADDRESS ___________________________
NOTES _________________________________

WEB ADDRESS PASSWORD BOOK

WEBSITE______________________________
USER NAME ___________________________
PASSWORD ____________________________
EMAIL ADDRESS _______________________
NOTES _______________________________

WEBSITE______________________________
USER NAME ___________________________
PASSWORD ____________________________
EMAIL ADDRESS _______________________
NOTES _______________________________

WEBSITE______________________________
USER NAME ___________________________
PASSWORD ____________________________
EMAIL ADDRESS _______________________
NOTES _______________________________

WEBSITE______________________________
USER NAME ___________________________
PASSWORD ____________________________
EMAIL ADDRESS _______________________
NOTES _______________________________

WEBSITE______________________________
USER NAME ___________________________
PASSWORD ____________________________
EMAIL ADDRESS _______________________
NOTES _______________________________

WEB ADDRESS PASSWORD BOOK

WEBSITE______________________________
USER NAME __________________________
PASSWORD ___________________________
EMAIL ADDRESS _______________________
NOTES ________________________________

WEBSITE______________________________
USER NAME __________________________
PASSWORD ___________________________
EMAIL ADDRESS _______________________
NOTES ________________________________

WEBSITE______________________________
USER NAME __________________________
PASSWORD ___________________________
EMAIL ADDRESS _______________________
NOTES ________________________________

WEBSITE______________________________
USER NAME __________________________
PASSWORD ___________________________
EMAIL ADDRESS _______________________
NOTES ________________________________

WEBSITE______________________________
USER NAME __________________________
PASSWORD ___________________________
EMAIL ADDRESS _______________________
NOTES ________________________________

WEB ADDRESS PASSWORD BOOK

WEBSITE________________________________
USER NAME ______________________________
PASSWORD _______________________________
EMAIL ADDRESS __________________________
NOTES __________________________________

WEBSITE________________________________
USER NAME ______________________________
PASSWORD _______________________________
EMAIL ADDRESS __________________________
NOTES __________________________________

WEBSITE________________________________
USER NAME ______________________________
PASSWORD _______________________________
EMAIL ADDRESS __________________________
NOTES __________________________________

WEBSITE________________________________
USER NAME ______________________________
PASSWORD _______________________________
EMAIL ADDRESS __________________________
NOTES __________________________________

WEBSITE________________________________
USER NAME ______________________________
PASSWORD _______________________________
EMAIL ADDRESS __________________________
NOTES __________________________________

WEB ADDRESS PASSWORD BOOK

WEBSITE________________________________
USER NAME ______________________________
PASSWORD ______________________________
EMAIL ADDRESS __________________________
NOTES _________________________________

WEBSITE________________________________
USER NAME ______________________________
PASSWORD ______________________________
EMAIL ADDRESS __________________________
NOTES _________________________________

WEBSITE________________________________
USER NAME ______________________________
PASSWORD ______________________________
EMAIL ADDRESS __________________________
NOTES _________________________________

WEBSITE________________________________
USER NAME ______________________________
PASSWORD ______________________________
EMAIL ADDRESS __________________________
NOTES _________________________________

WEBSITE________________________________
USER NAME ______________________________
PASSWORD ______________________________
EMAIL ADDRESS __________________________
NOTES _________________________________

WEB ADDRESS PASSWORD BOOK

WEBSITE________________________________
USER NAME ____________________________
PASSWORD _____________________________
EMAIL ADDRESS ________________________
NOTES _________________________________

WEBSITE________________________________
USER NAME ____________________________
PASSWORD _____________________________
EMAIL ADDRESS ________________________
NOTES _________________________________

WEBSITE________________________________
USER NAME ____________________________
PASSWORD _____________________________
EMAIL ADDRESS ________________________
NOTES _________________________________

WEBSITE________________________________
USER NAME ____________________________
PASSWORD _____________________________
EMAIL ADDRESS ________________________
NOTES _________________________________

WEBSITE________________________________
USER NAME ____________________________
PASSWORD _____________________________
EMAIL ADDRESS ________________________
NOTES _________________________________

WEB ADDRESS PASSWORD BOOK

WEBSITE ____________________
USER NAME ____________________
PASSWORD ____________________
EMAIL ADDRESS ____________________
NOTES ____________________

WEBSITE ____________________
USER NAME ____________________
PASSWORD ____________________
EMAIL ADDRESS ____________________
NOTES ____________________

WEBSITE ____________________
USER NAME ____________________
PASSWORD ____________________
EMAIL ADDRESS ____________________
NOTES ____________________

WEBSITE ____________________
USER NAME ____________________
PASSWORD ____________________
EMAIL ADDRESS ____________________
NOTES ____________________

WEBSITE ____________________
USER NAME ____________________
PASSWORD ____________________
EMAIL ADDRESS ____________________
NOTES ____________________

WEB ADDRESS PASSWORD BOOK

WEBSITE____________________________
USER NAME ____________________________
PASSWORD ____________________________
EMAIL ADDRESS ________________________
NOTES ________________________________

WEBSITE____________________________
USER NAME ____________________________
PASSWORD ____________________________
EMAIL ADDRESS ________________________
NOTES ________________________________

WEBSITE____________________________
USER NAME ____________________________
PASSWORD ____________________________
EMAIL ADDRESS ________________________
NOTES ________________________________

WEBSITE____________________________
USER NAME ____________________________
PASSWORD ____________________________
EMAIL ADDRESS ________________________
NOTES ________________________________

WEBSITE____________________________
USER NAME ____________________________
PASSWORD ____________________________
EMAIL ADDRESS ________________________
NOTES ________________________________

T T

WEB ADDRESS PASSWORD BOOK

WEBSITE__________________________________
USER NAME ______________________________
PASSWORD _______________________________
EMAIL ADDRESS __________________________
NOTES ____________________________________

WEBSITE__________________________________
USER NAME ______________________________
PASSWORD _______________________________
EMAIL ADDRESS __________________________
NOTES ____________________________________

WEBSITE__________________________________
USER NAME ______________________________
PASSWORD _______________________________
EMAIL ADDRESS __________________________
NOTES ____________________________________

WEBSITE__________________________________
USER NAME ______________________________
PASSWORD _______________________________
EMAIL ADDRESS __________________________
NOTES ____________________________________

WEBSITE__________________________________
USER NAME ______________________________
PASSWORD _______________________________
EMAIL ADDRESS __________________________
NOTES ____________________________________

WEB ADDRESS PASSWORD BOOK

WEBSITE________________________________
USER NAME ______________________________
PASSWORD ______________________________
EMAIL ADDRESS __________________________
NOTES _________________________________

WEBSITE________________________________
USER NAME ______________________________
PASSWORD ______________________________
EMAIL ADDRESS __________________________
NOTES _________________________________

WEBSITE________________________________
USER NAME ______________________________
PASSWORD ______________________________
EMAIL ADDRESS __________________________
NOTES _________________________________

WEBSITE________________________________
USER NAME ______________________________
PASSWORD ______________________________
EMAIL ADDRESS __________________________
NOTES _________________________________

WEBSITE________________________________
USER NAME ______________________________
PASSWORD ______________________________
EMAIL ADDRESS __________________________
NOTES _________________________________

WEB ADDRESS PASSWORD BOOK

WEBSITE______________________________
USER NAME ___________________________
PASSWORD ____________________________
EMAIL ADDRESS _______________________
NOTES _______________________________

WEBSITE______________________________
USER NAME ___________________________
PASSWORD ____________________________
EMAIL ADDRESS _______________________
NOTES _______________________________

WEBSITE______________________________
USER NAME ___________________________
PASSWORD ____________________________
EMAIL ADDRESS _______________________
NOTES _______________________________

WEBSITE______________________________
USER NAME ___________________________
PASSWORD ____________________________
EMAIL ADDRESS _______________________
NOTES _______________________________

WEBSITE______________________________
USER NAME ___________________________
PASSWORD ____________________________
EMAIL ADDRESS _______________________
NOTES _______________________________

WEB ADDRESS PASSWORD BOOK

WEBSITE________________________________
USER NAME ________________________________
PASSWORD ________________________________
EMAIL ADDRESS ________________________________
NOTES ________________________________

WEBSITE________________________________
USER NAME ________________________________
PASSWORD ________________________________
EMAIL ADDRESS ________________________________
NOTES ________________________________

WEBSITE________________________________
USER NAME ________________________________
PASSWORD ________________________________
EMAIL ADDRESS ________________________________
NOTES ________________________________

WEBSITE________________________________
USER NAME ________________________________
PASSWORD ________________________________
EMAIL ADDRESS ________________________________
NOTES ________________________________

WEBSITE________________________________
USER NAME ________________________________
PASSWORD ________________________________
EMAIL ADDRESS ________________________________
NOTES ________________________________

WEB ADDRESS PASSWORD BOOK

WEBSITE________________________________
USER NAME ____________________________
PASSWORD _____________________________
EMAIL ADDRESS ________________________
NOTES ________________________________

WEBSITE________________________________
USER NAME ____________________________
PASSWORD _____________________________
EMAIL ADDRESS ________________________
NOTES ________________________________

WEBSITE________________________________
USER NAME ____________________________
PASSWORD _____________________________
EMAIL ADDRESS ________________________
NOTES ________________________________

WEBSITE________________________________
USER NAME ____________________________
PASSWORD _____________________________
EMAIL ADDRESS ________________________
NOTES ________________________________

WEBSITE________________________________
USER NAME ____________________________
PASSWORD _____________________________
EMAIL ADDRESS ________________________
NOTES ________________________________

V V

WEB ADDRESS PASSWORD BOOK

WEBSITE________________________________
USER NAME ____________________________
PASSWORD _____________________________
EMAIL ADDRESS ________________________
NOTES _________________________________

WEBSITE________________________________
USER NAME ____________________________
PASSWORD _____________________________
EMAIL ADDRESS ________________________
NOTES _________________________________

WEBSITE________________________________
USER NAME ____________________________
PASSWORD _____________________________
EMAIL ADDRESS ________________________
NOTES _________________________________

WEBSITE________________________________
USER NAME ____________________________
PASSWORD _____________________________
EMAIL ADDRESS ________________________
NOTES _________________________________

WEBSITE________________________________
USER NAME ____________________________
PASSWORD _____________________________
EMAIL ADDRESS ________________________
NOTES _________________________________

WEB ADDRESS PASSWORD BOOK

WEBSITE______________________________
USER NAME __________________________
PASSWORD ___________________________
EMAIL ADDRESS ______________________
NOTES ________________________________

WEBSITE______________________________
USER NAME __________________________
PASSWORD ___________________________
EMAIL ADDRESS ______________________
NOTES ________________________________

WEBSITE______________________________
USER NAME __________________________
PASSWORD ___________________________
EMAIL ADDRESS ______________________
NOTES ________________________________

WEBSITE______________________________
USER NAME __________________________
PASSWORD ___________________________
EMAIL ADDRESS ______________________
NOTES ________________________________

WEBSITE______________________________
USER NAME __________________________
PASSWORD ___________________________
EMAIL ADDRESS ______________________
NOTES ________________________________

WEB ADDRESS PASSWORD BOOK

WEBSITE___________________________________
USER NAME ________________________________
PASSWORD _________________________________
EMAIL ADDRESS ____________________________
NOTES ____________________________________

WEBSITE___________________________________
USER NAME ________________________________
PASSWORD _________________________________
EMAIL ADDRESS ____________________________
NOTES ____________________________________

WEBSITE___________________________________
USER NAME ________________________________
PASSWORD _________________________________
EMAIL ADDRESS ____________________________
NOTES ____________________________________

WEBSITE___________________________________
USER NAME ________________________________
PASSWORD _________________________________
EMAIL ADDRESS ____________________________
NOTES ____________________________________

WEBSITE___________________________________
USER NAME ________________________________
PASSWORD _________________________________
EMAIL ADDRESS ____________________________
NOTES ____________________________________

W W

WEB ADDRESS PASSWORD BOOK

WEBSITE________________________________
USER NAME ____________________________
PASSWORD _____________________________
EMAIL ADDRESS ________________________
NOTES ________________________________

WEBSITE________________________________
USER NAME ____________________________
PASSWORD _____________________________
EMAIL ADDRESS ________________________
NOTES ________________________________

WEBSITE________________________________
USER NAME ____________________________
PASSWORD _____________________________
EMAIL ADDRESS ________________________
NOTES ________________________________

WEBSITE________________________________
USER NAME ____________________________
PASSWORD _____________________________
EMAIL ADDRESS ________________________
NOTES ________________________________

WEBSITE________________________________
USER NAME ____________________________
PASSWORD _____________________________
EMAIL ADDRESS ________________________
NOTES ________________________________

WEB ADDRESS PASSWORD BOOK

WEBSITE________________________________
USER NAME ______________________________
PASSWORD _______________________________
EMAIL ADDRESS __________________________
NOTES __________________________________

WEBSITE________________________________
USER NAME ______________________________
PASSWORD _______________________________
EMAIL ADDRESS __________________________
NOTES __________________________________

WEBSITE________________________________
USER NAME ______________________________
PASSWORD _______________________________
EMAIL ADDRESS __________________________
NOTES __________________________________

WEBSITE________________________________
USER NAME ______________________________
PASSWORD _______________________________
EMAIL ADDRESS __________________________
NOTES __________________________________

WEBSITE________________________________
USER NAME ______________________________
PASSWORD _______________________________
EMAIL ADDRESS __________________________
NOTES __________________________________

W

W

WEB ADDRESS PASSWORD BOOK

WEBSITE________________________________
USER NAME ____________________________
PASSWORD ______________________________
EMAIL ADDRESS _________________________
NOTES _________________________________

WEBSITE________________________________
USER NAME ____________________________
PASSWORD ______________________________
EMAIL ADDRESS _________________________
NOTES _________________________________

WEBSITE________________________________
USER NAME ____________________________
PASSWORD ______________________________
EMAIL ADDRESS _________________________
NOTES _________________________________

WEBSITE________________________________
USER NAME ____________________________
PASSWORD ______________________________
EMAIL ADDRESS _________________________
NOTES _________________________________

WEBSITE________________________________
USER NAME ____________________________
PASSWORD ______________________________
EMAIL ADDRESS _________________________
NOTES _________________________________

WEB ADDRESS PASSWORD BOOK

WEBSITE____________________________________
USER NAME ______________________________
PASSWORD _______________________________
EMAIL ADDRESS __________________________
NOTES _____________________________________

WEBSITE____________________________________
USER NAME ______________________________
PASSWORD _______________________________
EMAIL ADDRESS __________________________
NOTES _____________________________________

WEBSITE____________________________________
USER NAME ______________________________
PASSWORD _______________________________
EMAIL ADDRESS __________________________
NOTES _____________________________________

WEBSITE____________________________________
USER NAME ______________________________
PASSWORD _______________________________
EMAIL ADDRESS __________________________
NOTES _____________________________________

WEBSITE____________________________________
USER NAME ______________________________
PASSWORD _______________________________
EMAIL ADDRESS __________________________
NOTES _____________________________________

WEB ADDRESS PASSWORD BOOK

WEBSITE________________________________
USER NAME ____________________________
PASSWORD _____________________________
EMAIL ADDRESS ________________________
NOTES ________________________________

WEBSITE________________________________
USER NAME ____________________________
PASSWORD _____________________________
EMAIL ADDRESS ________________________
NOTES ________________________________

WEBSITE________________________________
USER NAME ____________________________
PASSWORD _____________________________
EMAIL ADDRESS ________________________
NOTES ________________________________

WEBSITE________________________________
USER NAME ____________________________
PASSWORD _____________________________
EMAIL ADDRESS ________________________
NOTES ________________________________

WEBSITE________________________________
USER NAME ____________________________
PASSWORD _____________________________
EMAIL ADDRESS ________________________
NOTES ________________________________

WEB ADDRESS PASSWORD BOOK

WEBSITE________________________________
USER NAME ______________________________
PASSWORD _______________________________
EMAIL ADDRESS __________________________
NOTES __________________________________

WEBSITE________________________________
USER NAME ______________________________
PASSWORD _______________________________
EMAIL ADDRESS __________________________
NOTES __________________________________

WEBSITE________________________________
USER NAME ______________________________
PASSWORD _______________________________
EMAIL ADDRESS __________________________
NOTES __________________________________

WEBSITE________________________________
USER NAME ______________________________
PASSWORD _______________________________
EMAIL ADDRESS __________________________
NOTES __________________________________

WEBSITE________________________________
USER NAME ______________________________
PASSWORD _______________________________
EMAIL ADDRESS __________________________
NOTES __________________________________

WEB ADDRESS PASSWORD BOOK

WEBSITE________________________________
USER NAME ______________________________
PASSWORD _______________________________
EMAIL ADDRESS __________________________
NOTES __________________________________

WEBSITE________________________________
USER NAME ______________________________
PASSWORD _______________________________
EMAIL ADDRESS __________________________
NOTES __________________________________

WEBSITE________________________________
USER NAME ______________________________
PASSWORD _______________________________
EMAIL ADDRESS __________________________
NOTES __________________________________

WEBSITE________________________________
USER NAME ______________________________
PASSWORD _______________________________
EMAIL ADDRESS __________________________
NOTES __________________________________

WEBSITE________________________________
USER NAME ______________________________
PASSWORD _______________________________
EMAIL ADDRESS __________________________
NOTES __________________________________

WEB ADDRESS PASSWORD BOOK

WEBSITE________________________________
USER NAME ____________________________
PASSWORD _____________________________
EMAIL ADDRESS ________________________
NOTES _________________________________

WEBSITE________________________________
USER NAME ____________________________
PASSWORD _____________________________
EMAIL ADDRESS ________________________
NOTES _________________________________

WEBSITE________________________________
USER NAME ____________________________
PASSWORD _____________________________
EMAIL ADDRESS ________________________
NOTES _________________________________

WEBSITE________________________________
USER NAME ____________________________
PASSWORD _____________________________
EMAIL ADDRESS ________________________
NOTES _________________________________

WEBSITE________________________________
USER NAME ____________________________
PASSWORD _____________________________
EMAIL ADDRESS ________________________
NOTES _________________________________

Y Y

WEB ADDRESS PASSWORD BOOK

WEBSITE____________________________
USER NAME ___________________________
PASSWORD ___________________________
EMAIL ADDRESS ______________________
NOTES ______________________________

WEBSITE____________________________
USER NAME ___________________________
PASSWORD ___________________________
EMAIL ADDRESS ______________________
NOTES ______________________________

WEBSITE____________________________
USER NAME ___________________________
PASSWORD ___________________________
EMAIL ADDRESS ______________________
NOTES ______________________________

WEBSITE____________________________
USER NAME ___________________________
PASSWORD ___________________________
EMAIL ADDRESS ______________________
NOTES ______________________________

WEBSITE____________________________
USER NAME ___________________________
PASSWORD ___________________________
EMAIL ADDRESS ______________________
NOTES ______________________________

WEB ADDRESS PASSWORD BOOK

WEBSITE________________________________
USER NAME ____________________________
PASSWORD _____________________________
EMAIL ADDRESS ________________________
NOTES ________________________________

WEBSITE________________________________
USER NAME ____________________________
PASSWORD _____________________________
EMAIL ADDRESS ________________________
NOTES ________________________________

WEBSITE________________________________
USER NAME ____________________________
PASSWORD _____________________________
EMAIL ADDRESS ________________________
NOTES ________________________________

WEBSITE________________________________
USER NAME ____________________________
PASSWORD _____________________________
EMAIL ADDRESS ________________________
NOTES ________________________________

WEBSITE________________________________
USER NAME ____________________________
PASSWORD _____________________________
EMAIL ADDRESS ________________________
NOTES ________________________________

WEB ADDRESS PASSWORD BOOK

WEBSITE______________________________
USER NAME ___________________________
PASSWORD ____________________________
EMAIL ADDRESS _______________________
NOTES _______________________________

WEBSITE______________________________
USER NAME ___________________________
PASSWORD ____________________________
EMAIL ADDRESS _______________________
NOTES _______________________________

WEBSITE______________________________
USER NAME ___________________________
PASSWORD ____________________________
EMAIL ADDRESS _______________________
NOTES _______________________________

WEBSITE______________________________
USER NAME ___________________________
PASSWORD ____________________________
EMAIL ADDRESS _______________________
NOTES _______________________________

WEBSITE______________________________
USER NAME ___________________________
PASSWORD ____________________________
EMAIL ADDRESS _______________________
NOTES _______________________________

WEB ADDRESS PASSWORD BOOK

WEBSITE____________________________
USER NAME ________________________
PASSWORD _________________________
EMAIL ADDRESS _____________________
NOTES _____________________________

WEBSITE____________________________
USER NAME ________________________
PASSWORD _________________________
EMAIL ADDRESS _____________________
NOTES _____________________________

WEBSITE____________________________
USER NAME ________________________
PASSWORD _________________________
EMAIL ADDRESS _____________________
NOTES _____________________________

WEBSITE____________________________
USER NAME ________________________
PASSWORD _________________________
EMAIL ADDRESS _____________________
NOTES _____________________________

WEBSITE____________________________
USER NAME ________________________
PASSWORD _________________________
EMAIL ADDRESS _____________________
NOTES _____________________________

WEB ADDRESS PASSWORD BOOK

WEBSITE________________________________
USER NAME ____________________________
PASSWORD _____________________________
EMAIL ADDRESS ________________________
NOTES ________________________________

WEBSITE________________________________
USER NAME ____________________________
PASSWORD _____________________________
EMAIL ADDRESS ________________________
NOTES ________________________________

WEBSITE________________________________
USER NAME ____________________________
PASSWORD _____________________________
EMAIL ADDRESS ________________________
NOTES ________________________________

WEBSITE________________________________
USER NAME ____________________________
PASSWORD _____________________________
EMAIL ADDRESS ________________________
NOTES ________________________________

WEBSITE________________________________
USER NAME ____________________________
PASSWORD _____________________________
EMAIL ADDRESS ________________________
NOTES ________________________________

Made in the USA
Monee, IL
04 November 2026

67386514R00056